52 AUGNABLIK

52 AUGNABLIK ÖRSÖGUR

Börkur Sigurbjörnsson

URBAN VOLCANO

52 augnablik
Börkur Sigurbjörnsson

Creative Commons (BY-NC-ND) – 2017
http://creativecommons.org/licenses/by-nc-nd/3.0/

Kápa: Ana Piñeyro
Myndskreyting: Börkur Sigurbjörnsson
Útgefandi: Urban Volcano

http://urbanvolcano.net/

ISBN 978-9935-9337-1-3

Efnisyfirlit

Góðan daginn

„Góðan daginn," sagði Lára og brosti á móti fyrstu bylgjunni af fólki sem streymdi út úr lestinni og upp stigann í áttina að næsta brautarpalli.

„Góðan daginn," sagði Lára við mannhafið sem leið framhjá henni, flestir niðurlútir og einbeittir í því að komast eins skjótt og mögulegt var til vinnu.

„Góðan daginn," sagði Lára við þögulan fjöldann sem var vart viðræðuhæfur svona snemma morguns.

„Góðan daginn," sagði ung kona sem gekk teinrétt í hægðum sínum á eftir þvögunni.

„Góðan daginn," svaraði Lára. „Og gangi þér allt í haginn það sem eftir lifir dags."

Lára horfði á eftir konunni hverfa upp tröppurnar. Hún fékk borgað fyrir það að kasta kveðju á morgunumferðina, en leit á það sem ánægjulegan kaupauka þegar einhver sjálfboðaliði kastaði kveðjunni til baka. Núna naut hún augnabliksins á meðan hún beið næstu lestar sem var væntanleg eftir eina mínútu.

Jasmína

Ég vökvaði jasmínu plöntuna í svefnherberginu. Ég var fyllilega meðvitaður um að plantan var gersamlega skraufþurr og löngu dauð. Ég kunni samt ekki við að skilja hana eina eftir óvökvaða. Það var eitthvað innra með mér sem sagði mér að ég ætti ekki að gera upp á milli plantanna minna. Jafnvel þó sumar þeirra væru dauðar.

Sjónarhorn

Elísabet leit upp frá bókinni. Hún var pirruð. Höfundurinn fór í hennar fínustu. Hún þoldi ekki hvernig hann notaði sérvalda tölfræði til þess að sanna fyrirbæri sem voru ekki það einföld. Hvað þá allar órökstuddu staðhæfingarnar eða endalausu uppnefnin á pólitískum andstæðingum.

Hún hefði fyrir löngu verið hætt að lesa bókina ef það væri ekki fyrir þá staðreynd að verkið var byggt á góðri forsendu. Margar staðhæfinganna voru aðlaðandi, jafnvel þótt þeim væri slengt fram á ruddalegan hátt án almennilegs rökstuðnings. Höfundurinn var réttilega reiður en hefði getað gert vel með því að hemja skap sitt.

Áður en hún snéri sér aftur að lestrinum þá fékk Elísabet hugdettu. Hvernig væri að líta á bókina frá öðru sjónarhorni? Hún gæti einfaldlega notið sögunnar í sinni réttu mynd — það er að segja sem líflegrar frásagnar af reiðikasti miðaldra mans. Hún gæti lagt til hliðar væntingar sínar um vitræna röksemdafærslu og notið þeirrar tilfinningaþrungnu rússíbanasalíbunu sem höfundurinn hafði upp á að bjóða.

Elísabet hóf lesturinn að nýju, hló upphátt og naut bókarinnar sem aldrei fyrr.

Blinda

Ég fletti síðustu blaðsíðunni og lagði bókina frá mér. Ég hafði notið þess að lesa *Blindu* eftir José Saramago. Það var langt síðan ég hafði lifað mig jafn rækilega inn í söguþráð. Um áraraðir hafði ég ekki fundið til jafn mikillar samúðar með sögupersónunum. Ég var einn af þeim.

Ég leit í kringum mig í stofunni. Allt var hvítt — eins og hulið einsleitri rjómahvítri þoku. Ég veit ekki á hvaða blaðsíðu það gerðist, en það hafði gerst. Ég hafði sjálfur blindast.

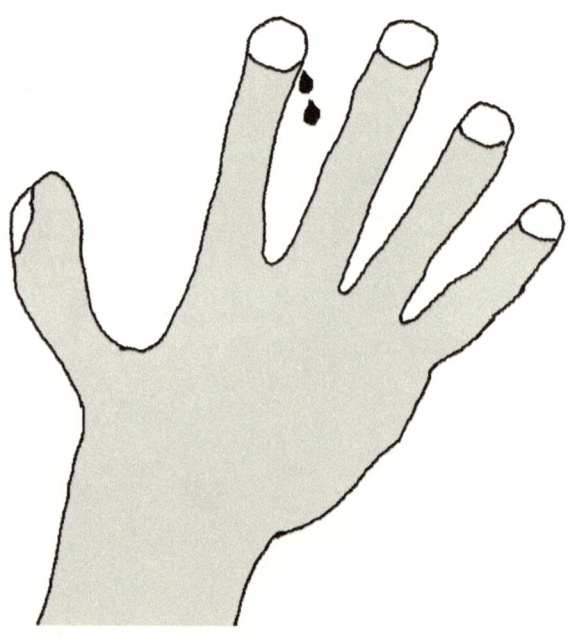

Naglanag

Dennis leit á úrið sitt í þrítugasta sinn á fimm mínútum. Nú var loksins kominn tími á fundinn með fjárfestunum. Á hverri stundu myndu þau kalla hann inn á skrifstofur sínar. Dennis leit í kringum sig á biðstofunni til að athuga hvort það bólaði á gestgjöfum hans. Sá eini sem hann sá var starfsmaðurinn í móttökunni sem var djúpt sokkinn í tölvuskjáinn fyrir framan hann.

Dennis nagaði nöglina á vísifingri hægri handar. Hann renndi þumalfingri yfir nöglina til að þurrka upp mögulegar leifar af munnvatni. Hann fann fyrir lausri skinntætlu sem angraði hann. Hann beit hana af og fann járnbragð á vörunum. Hann þrýsti löngutöng á vísifingur til þess að reyna að stoppa blæðinguna. Án árangurs. Sárið var of stórt.

„Dennis Newman!" sagði móttökustarfsmaðurinn handan biðstofunnar. „Þau eru tilbúin að taka á móti þér."

Get a life

„Get a life," sagðir þú og skelltir hurðinni á eftir þér. Ég botnaði ekki alveg í því hvað þú varst að segja. Ég meina. Ég var á 257a borði og með 84 aukalíf. Ég meina. Hvernig er hægt að toppa það?

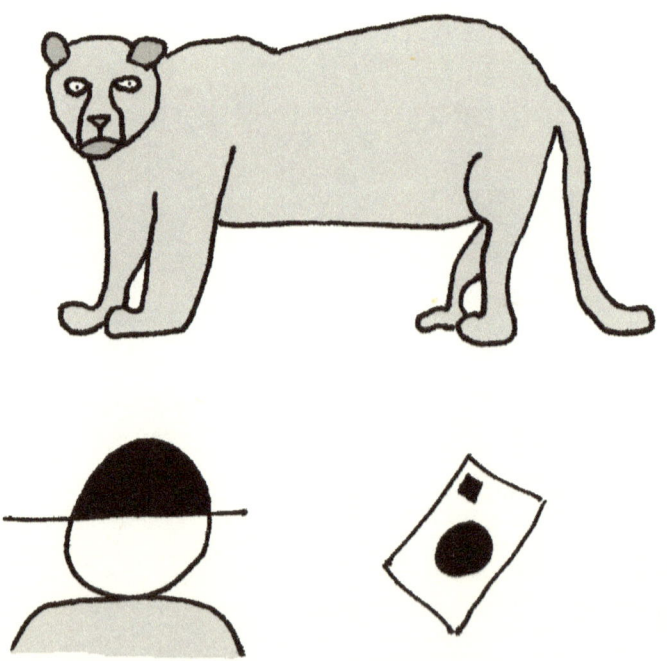

Frelsi

Við ókum yfir sléttuna sunnan við brasilíska frumskóginn — bílstjóri, fararstjóri og fjórir ferðamenn. Við skimuðum í allar áttir í leit að stóra vinningnum.

„Ssss," sagði fararstjórinn allt í einu og benti út í fjarskann. Við hin fylgdum bendingu hans niður með ánni og yfir á bakkann hinum megin árinnar. Bílstjórinn hægði á ferðinni og ók varlega meðfram árbakkanum.

Ég mundaði myndavélina og beindi linsunni yfir ána. Jeppinn stoppaði og ég smellti af. Ég lét myndavélina síga og horfðist í augu við stóru kisulóruna — jagúarinn — sem stóð tignarleg á bakkanum hinum megin árinnar.

Ég dró andann djúpt og fann frelsistilfinningu fara um líkamann. Þetta var nákvæmlega það sem ég hafði verið með í huga þegar ég ákvað fyrir mánuði síðan að segja upp vinnunni og leita á vit ævintýranna.

Gangandi á móti straumi

Eftir því sem ég hlustaði á fleiri fyrirlestra um það hvernig við getum bætt velferð í borgarumhverfinu, því sterkari tilfinningu hafði ég fyrir því að vera utangarðs í þessum heimi.

Á meðan heimurinn trúir á framtíð með sjálf-akandi bílum, þá dreymi ég um framtíð með sjálf-gangandi mannfólki. Á meðan heimurinn iðar í skinninu við tilhugsunina um að setja upp skynjara fyrir snjall-bílastæði, þá álít ég göngu sem snjöllustu bílastæðalausnina.

Þegar heimurinn byrjar að ræða um tækni sem bjargvætt mannkynsins þá fæ ég mér göngutúr í almenningsgarðinum.

Orkuskipti

Ég gekk út úr skrifstofubyggingunni eftir daglanga fundasetu. Ég var andlega úrvinda en fann hjá mér þörf fyrir líkamlega áreynslu. Ég þurfti að losa um stöðuorkuna sem hafði byggst upp í líkamanum yfir daginn og umbreyta henni yfir í andlega orku.

Í stað þess að halda til næstu lestarstöðvar til þess að taka fyrstu lest heim þá ákvað ég að ganga til þar-þar-næstu lestarstöðvar.

Ég gekk í gegnum almenningsgarðinn handan götunnar frá skrifstofunni og fann ferskan andvarann hreinsa lungun af stöðnuðu fundaherbergisloftinu. Ég naut þess að horfa á íkornana hlaupa og hlusta á fuglana tísta. Þegar ég gekk út á strætið handan garðsins, þá slaknaði á axlavöðvunum, ég rétti úr bakinu, lyfti upp hökunni og virti umhverfið fyrir mér af gjörhygli.

Eftir að hafa litið einu sinni yfir sviðið fékk ég hnút í magann. Hugurinn stökk til hryðjuverkaárásanna frá síðustu viku. Heilinn fór á flug. Var mér óhætt að vera úti á götu? Var ég að gera vitleysu? Var heimskulegt af mér að taka slíka ónauðsynlega áhættu? Var það brjálæði að gera mig sjálfviljandi berskjaldaðan fyrir hryðjuverkamönnum, flutningabílum þeirra, hnífum og sprengjum?

Ég fann vöðvana stífna, hjartað slá hraðar og andadráttinn grynnast. Ég vantreysti fólki með bakpoka. Ég var á varðbergi gagnvart hvítum sendibílum. Ég hræddist það að ganga yfir götu. Ég skipti gjörhyglinni út fyrir ofsóknaræði. Ég snéri við og gekk eins hratt og fæturnir gátu borið mig til næstu lestarstöðvar.

Tilgangsleysi

„Ég er alveg hættur að lesa bókmenntir," sagði vinnufélaginn þegar talið barst að lestri. „Ég meina. Þær eru svo tilgangslausar."

Ég velti því fyrir mér hvort ég ætti að slengja fram þeirri skoðun minni að það væri einmitt tilgangsleysið sem gerði bókmenntir svo áhugaverðar og skemmtilegar. Á endanum ákvað ég að kinka bara kolli og brosa. Það var miklu skemmtilegra að rökræða við sjálfan mig í huganum heldur en að reyna að sá skapandi fræjum í ofurraunsæjan huga vinnufélagans.

Köningsegg

Ég gekk að vaskinum til þess að þvo mér um hendurnar. Ég brosti kurteisilega til spegilmyndar mannsins sem stóð við næsta vask.

„Eruð þið í bílaiðnaðinum?" spurði maðurinn.

„Nei," svaraði ég hikandi því ég vissi ekki nákvæmlega hvað hann átti við með „þið". Ég þekkti ekki alla sem voru við borðið okkar í klúbbnum en ég var nokkuð viss um að enginn þeirra var í bílaiðnaðinum.

„Hann lítur nefnilega alveg eins út og Köningsegg — þessi sköllótti," sagði maðurinn. „Og þú ert ansi líkur yfirverkfræðingi hans."

„Því miður," sagði ég og þurrkaði hendurnar. „Þú ferð mannavillt."

Við gengum saman til baka inn í borðsalinn og ég hugsaði með mér að það hafði verið ágætis tilbreyting að vera ruglað saman við einhvern annan en Jürgen Klopp.

Öldur

Ég ligg á bakinu með útbreidda arma. Það er hálfskýjað en þægilega heitt. Sjórinn undir mér og allt í kring er volgur en fáskandi. Öldur hafsins lyfta mér upp og toga mig niður á víxl. Tíminn stendur í stað. Ég tæmi hugann. Það eina sem ég nem er það hvernig líkaminn færist upp og niður í takt við ölduganginn.

„Gluggasæti," svaraði ég þegar flugvallarstarfsmaðurinn spurði mig hvort ég vildi sitja við glugga eða gang.

„Ég á 17A," sagði maðurinn. „Hvernig hljómar það?"

„Það gengur engan veginn," svaraði ég. „Ég get ekki verið í A-sæti. Ég get ekki horft yfir hafið þegar við komum inn til lendingar. Ég þarf fast land fyrir augum. Ég get ekki hugsað mér að lækka flugið ofan í hafið. Áttu ekkert F-sæti laust?"

„Jú," svaraði maðurinn. „20F er á lausu."

„20F," apaði ég upp eftir manninum. „Það er 527 í sextánundarkerfinu. 17 sinnum 31. 17 sinnum 3 plús 1. 17 sinnum 4. 174. Sem er næstum eins og 17A. Nánast sama sæti og þú bauðst mér fyrst."

„Ha?" spurði flugvallarstarfsmaðurinn. „Gengur það ekki heldur?"

„Jú," svaraði ég. „Vertu ekki með þessa vitleysu. Auðvitað gengur það."

Kollakink

Við kaffivélina mætti ég manni. Við kinkuðum báðir kolli til þess að viðurkenna tilvist hvor annars. Við höfðum rekist hvor á annan reglulega undanfarna viku og alltaf heilsað með kollakinki.

Ég vissi að ég hafði talað við þennan mann á einhverjum tímapunkti, en ég gat ekki fyrir nokkurn mun rifjað upp hvar eða hvenær það hafði verið, né heldur hver maðurinn var.

Við þögðum vandræðalega á meðan kaffivélin dældi kaffi í bollann hans.

„Vertu sæll," sagði hann þegar bollinn var fullur.

„Blessaður," svaraði ég, setti bollann minn undir kranann og ýtti á espresso takkann.

Bréfið

Ég gekk inn í geymsluna og horfði yfir kassastaflann. Ég vissi að prófskírteinið mitt frá háskólanum væri þarna einhvers staðar. Vottur um það að ég hafði lokið meistaranámi í jarðfræði.

Ég opnaði kassana hvern af öðrum í leit að réttu skjalamöppunni. Heppnin var með mér á þriðja kassa. Ég dró möppuna upp úr kassanum og opnaði hana varlega. Þó ekki með nægjanlegri gætni til að koma í veg fyrir að bréf féll á gólfið. Ég lagði möppuna frá mér og teygði mig eftir gulleitu umslaginu sem ekki var stílað á neinn.

Ég dró fram þéttskrifaða örk og byrjaði að lesa. Það færðist bros yfir varir mínar þegar ég las mína eigin skrift þar sem ég lýsti fyrir vinum og vandamönnum ástæðum þess ég hafði ákveðið að ljúka ekki meistaranámi mínu í jarðfræði — hvers vegna ég gat ekki haldið út lengur.

Ég hafði steingleymt þessu bréfi. Bréfi sem aldrei var sent en gerði mér kleyft að koma skikka á rótið í huga mér. Það hjálpaði mér að draga djúpt andann og einbeita mér að því að klára meistararitgerðina.

Sýndarveruleikafirring

Ég er sýndarveruleikafirrtur. Ég kann bara vel við mig úti í náttúrunni með skrifblokk og blekpenna. Rafhlöður óþarfar.

Mótmæli

Ég sat við stofuborðið með pappaspjald og tússpenna fyrir framan mig. Mig langaði að skrifa sterk skilaboð til heimsins. Ég vildi mótmæla. En hvað var það sem ég vildi mótmæla? Ástandi þjóðfélagsins. En hvað var það við ástand þjóðfélagsins sem ég vildi mótmæla? Ég vildi mótmæla bankakerfinu. En hvað vissi ég um afleiður og fjármálagerninga? Ég vildi mótmæla stjórnmálamönnunum. En hvað var það annars sem þeir gerðu? — þessir blessuðu stjórnmálamenn.

Ég var gersamlega hugmyndasnauður og fann til vanmáttar vegna þess að ég gat ekki komið mótmælum mínum í orð. Þjóðfélagið var svo flókið að þó ég vissi að eitthvað væri í ólagi þá gat ég ekki sett fingur á orsökina. En var það kannski ekki málið?

Ég greip um tússpennann og skrifaði skilaboð mín til heimsins: „Ég krefst einföldunar á þjóðfélaginu til þess að fólk eins og ég geti skilið hverju við viljum mótmæla!"

Andvaka

Klukkan fimm að morgni sit ég á stofugólfinu og nýt þess að hlusta á þögnina. Ég heyri einstaka bíl aka um annars auðar göturnar. Klukkan sex vakna fuglarnir og byrja að tísta. Upp úr sjö fer mannfólkið á fætur eitt af öðru og borgin fyllist af lífi. Klukkan átta sofna ég.

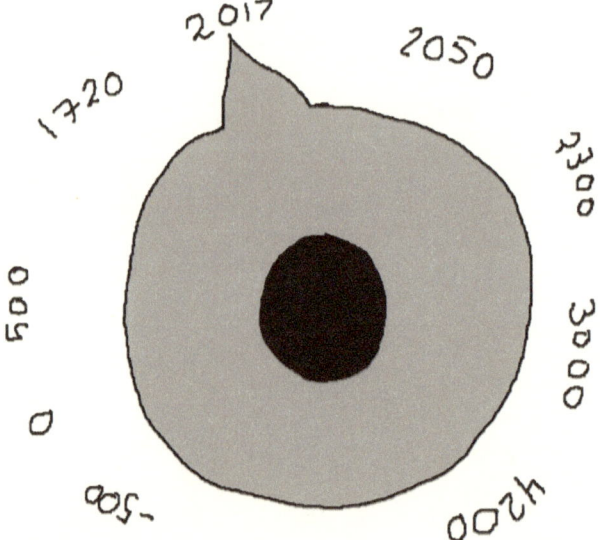

-500
0
500
1720
2017
2050
2300
3000
4200

Tímavélin

Billy herti síðustu skrúfuna. Líf hans var við það að breytast til batnaðar. Í þau fjörutíu og fimm ár síðan hann fæddist hafði hann búið í sama leiðinlega þorpinu. Á stað þar sem sannarlega ekkert gerðist. Nú myndu hlutirnir breytast. Hann hafði smíðað tímavél sem gerði honum kleyft að ferðast fram og til baka milli gullaldartímabila þessa staðar.

Billy settist inn í tímavélina og stillti hana á 30 ár fram í tímann — til 2047. Tímavélin gaf frá sér ærandi hávaða um stund áður en allt datt í dúnalogn á ný. Billy leit út um gluggann og sá sjálfan sig elliæran ruggandi fram og til baka í ruggustól við hlið ryðgaðrar járnhrúgu sem var ekki ósvipuð tímavélinni hans.

Óánægður með lágt spennustig, stillti Billy tímavélina aftur í tímann til ársins 1600. Líkt og áður þá gaf vélin frá sér ærandi hávaða uns þögn færðist yfir hana á ný. Billy steig út úr vélinni og leit í kringum sig. Hann var staddur á miðju óræktuðu engi. Sólin brann á himninum og það var ekkert að sjá nema illgresi eins langt og augað eygði.

Billy varði það sem eftir lifði dags á ferðalagi fram og til baka í tíma — í leit að áhugaverðum augnablikum. Leitin bar engan árangur og hann komst að þeirri niðurstöðu að hann væri einfaldlega fæddur á leiðinlegasta stað í heimi — óháð tíma.

Eftir daglangt ferðalag um aldir og ævi snéri Billy til baka til 2017, nældi sér í kaldan bjór úr ísskápnum og settist í ruggustólinn á veröndinni. Hann leit á tímavélina og sagði við sjálfan sig: „Ég varð að prófa."

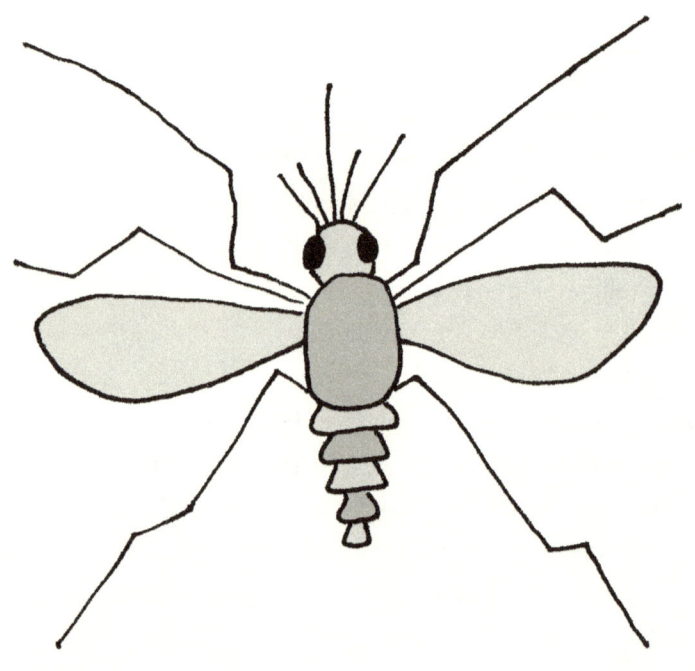

Blóðhefnd

Ég hlustaði á skepnuna nálgast, sló handlegginn með flötum lófanum og skildi eftir mig blóðslettu á báðum líkamspörtum. Ég nældi mér í servíettu og þurrkaði upp rauðan dreyrann.

Ég er almennt séð mikill dýravinur, grænmetisæta og meðlimur í allnokkrum dýraverndunarsamtökum. Það er hins vegar eitthvað við það að drepa moskítóflugur sem veitir mér mikla ánægju. Ég kalla það blóðhefnd.

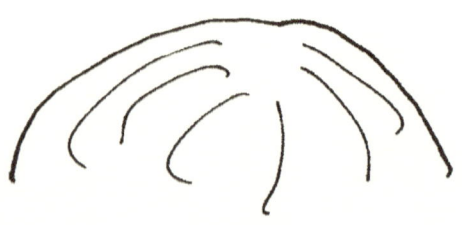

Leynibókin

Ég gekk inn í neðanjarðarlestina, fékk mér sæti og tók Nabo-
kov upp úr bakpokanum. Áður en ég hóf lesturinn var mér
litið yfir sætaröðina andspænis mér.

Ská á móti mér sat ung kona sem las *Morgunmat meistara*
eftir Kurt Vonnegut. Fordómafullur, fannst mér þau ekki passa
saman, konan og Kurt. Hún var glaðleg og full af lífsfjöri. Henni
færi miklu betur að lesa *Morgunmat hjá Tiffany*.

Við hlið konunnar sat maður og las *Frú Dalloway* eftir Virg-
iníu Woolf. Þetta var virðulegur maður í teinóttum jakkaföt-
um — eins og klipptur út úr enskri yfirstéttarsögu. Ég brosti
með sjálfum mér þar sem ég ímyndaði mér hann sem gest í
veislunni hjá Frú Dalloway.

Ég hélt ferð minni áfram eftir sætaröðinni og augun stað-
næmdust á konu með Kindle lesbretti. Brosið hvarf snögglega
af vörum mínum. Ég kunni ekki við lesbretti. Það eyðilagði
uppáhalds stundagamanið mitt að geta ekki séð hvað fólk var
að lesa.

Hvað hugsa ég um þegar ég hugsa um lífið?

Ég var í heimspekilegu skapi og ákvað að skrifa ritgerð með titlinum *Hvað hugsa ég um þegar ég hugsa um lífið?*

Ég byrjaði á því að takast á við stóru spurninguna. Hvers vegna erum við hér? Hvers vegna er ég hér? Hvers vegna sit ég hér í Austur London og sýp á koffínlausu karamellusojamjólkurkaffi?

Einmitt á því augnabliki gekk Stebbi framhjá borðinu mínu og ég missti andagiftina. Stebbi á geðveikt svalt retró úr fá níunda áratugnum sem þú getur notaði til þess að spila tölvuleiki. Ég bauð honum að setjast hjá mér. Mig langaði ógeðslega mikið til að spila.

Að sitja á strák sínum

Þegar háttvirti fyrirlesarinn hafði lokið máli sínu fann ég mig knúinn til þess að gera athugasemd. Ræðan hans hafði verið gjörsamlega út úr kú — innihaldið ekkert nema merkingarlaust froðusnakk. Aumingja karlinn var greinilega úr takt við raunveruleikann og kirfilega lokaður inni í sínum fílabeinsturni.

Ég var kominn á fremsta hlunn með að kveða mér máls þegar mér varð hugsað til þess að ég hafði fyrir skömmu lofað sjálfum mér að skipta mér ekki að því sem kæmi mér ekki beint við. Í þessu tilfelli hefði það lítið upp á sig að gera athugasemd. Fyrirlesarinn tæki henni að öllum líkindum eins og gæs vatnsgusu.

Ég hélt aftur af mér. Stundum er best að sitja á strák sínum. Það einfaldar málin.

Hákarlar

Ég get ekki varist brosi þegar ég syndi framhjá stóra glugganum við dýpri enda laugarinnar. Ég hugsa til þess tíma þegar ég þorði varla að synda á þessum slóðum vegna hræðslu við að glugginn opnaðist og út synti flokkur mannætuhákarla.

Það krauma í mér blendnar tilfinningar þegar ég hugsa til þess hversu erfitt það var að vera ungur drengur með óhóflega frjótt ímyndunarafl — óttasleginn við eigin uppspuna.

Ytri mörk sólkerfisins

„Ég hlustaði á áhugaverðan þátt í útvarpinu í morgun," sagði Jóhanna við Daníel þar sem þau sátu í sófanum sötrandi púrtvín eftir að hafa svæft stelpurnar. „Þáttastjórnandinn fór út á götu og spurði fólk hvernig það myndi bregðast við því að vera boðin einstök ferð aðra leiðina út að ytri mörkum sólkerfisins."

„Og?" spurði Daníel án þess að líta upp frá garðræktartímaritinu sem hann var að lesa. „Hvernig brást fólk við?"

„Svörin voru misjöfn," svaraði Jóhanna. „Sum voru virkilega gagntekin en sumum fannst hugmyndin hreinlega móðgandi."

„Ég myndi móðgast," sagði Daníel. „Þetta er smekklaus tillaga."

„Ég get ímyndað mér það," sagði Jóhanna og starði brosandi út um stofugluggann og á trjáröðina við ytri mörk garðsins. „Ég tæki slaginn!"

„Hvað þá?" spurði Daníel, lagði frá sér tímaritið og horfði í áttina til Jóhönnu. „Hvað um mig? Stelpurnar? Og rósirnar?"

„Hafðu engar áhyggjur!" svaraði Jóhanna og mætti augnaráði Daníels. „Það er nóg af einhleypum konum í landinu sem myndu glaðar gerast stjúpmæður stelpnanna og rósanna. Ferð að ytri mörkum sólkerfisins er hins vegar einstakt tækifæri."

Þægileg þögn

Við sitjum þrjú saman í stofunni — ég og gestgjafar mínir — hvert í sínum heimi. Hún les dagblaðið. Hann spilar tölvuleik í spjaldtölvunni. Ég sit við skriftir. Þögnin er í forgrunni og lágur djass í bakgrunni. Öðru hvoru segir hún okkur fréttir úr blaðinu. Við hlustum, ræðum málið og snúum okkur svo aftur að eigin viðfangsefnum.

Katmandú og Kaiserslautern

„Ég las áhugaverða grein í blaðinu í morgun," sagði Jóhanna við Daníel þar sem þau lágu á sendinni strönd Sardiníu og létu sólina þurrka sig eftir fyrsta Miðjarðarhafsbað dagsins. „Blaðamaðurinn fór út á götu og spurði fólk hvernig það myndi bregðast við því að vera boðin einstök ferð aðra leiðina út að ytri mörkum sólkerfisins."

„Og?" spurði Daníel án þess að líta upp frá golftímaritinu sem hann var að lesa. „Hvernig brást fólk við?"

„Svörin voru misjöfn," svaraði Jóhanna. „Sum voru virkilega gagntekin en sumum fannst hugmyndin hreinlega móðgandi."

„Ég get ímyndað mér það," sagði Daníel. „Þetta er áleitin spurning. Hverju myndir þú svara?"

„Ég held ég myndi afþakka," svaraði Jóhanna og starði brosandi yfir hafflötinn í átt að sjóndeildarhringnum þar sem hann fléttaðist saman við bláan himininn. „Það er hellingur af stöðum hér á jörðinni sem ég á eftir að heimsækja. Til dæmis Katmandú."

„Eða Kaiserslautern, ef út í það er farið," bætti Daníel við og lagði tímaritið frá sér á handklæðið um leið og hann fylgdi augnaráði Jóhönnu út að sjóndeildarhringnum.

„Já!" sagði Jóhanna dreymin. „Katmandú og Kaiserslautern eru sannarlega dæmi um framandi staði sem mig langar til að berja augum áður en ég held af stað í átt til ytri marka sólkerfisins."

Nautabanabani

Nautabani var stunginn til bana af nauti í smábæ á Norður Spáni í gær. Atvikið átti sér stað fyrir utan þorpskrána á aðaltorgi bæjarins rétt fyrir miðnætti að staðartíma. Nautabaninn var á heimleið eftir að hafa eytt kvöldinu á kránni, segjandi sögur af hetjudáðum sínum í hringnum, þegar nautið réðst á hann úr launsátri.

Nautið flúði af vettvangi en fannst síðar um nóttina á akri rétt utan við bæinn. Ekki er vitað hvort gerandinn og fórnarlambið hafi þekkst en grunur leikur á að nautið hafi verið að hefna náins ættingja.

Rissan

Fyrirlesturinn var svakalega leiðinlegur svo ég hafði ofan af fyrir mér með því að rissa. Ég naut þess að teikna alls konar mynstur, dýr, tré og fólk. Ég leit á sjálfan mig sem listamann jafnvel þótt ég hefði ekki lifibrauð af verkum mínum.

Heimurinn var hins vegar á öðru máli — fjandsamlegur í garð sköpunarverka minna. Þetta er ekki list, sagði hann. Þetta eru skemmdarverk, sagði heimurinn, eins og form mín væru móðgun við mannkynið.

„Sæll nú!" hrópaði allt í einu maðurinn sem sat fyrir framan mig í ráðstefnusalnum. „Þú ert að krota á jakkann minn!"

Nákvæmlega það sem ég var að segja. Heimurinn hefur engan skilning á listsköpun.

Hvernig hefurðu það?

Hvernig hefurðu það? spyrð þú mjúkri röddu og fylgir spurningunni eftir með skilningsríku brosi.

Áður en þú spurðir þá hafði ég það gott. Ég var afslappaður. Ég naut þess að vera til. Ég hafði gleymt fjármálaerfiðleikunum mínum. Ég hafði gleymt tímapressunni. Ég hafði gleymt lögsókninni. Ég hafði það virkilega gott.

Fyrst þú spurðir, þá fer ég að hugsa og kvíðinn kemur aftur yfir mig af fullu afli.

Úrhelli

Ég var að flytja erindi á hádegisfundi þegar það byrjaði að rigna. Regnið féll af himninum eins og hellt væri úr fötu.

„Afsakið," sagði ég og gekk á dyr.

Ég gekk út ganginn, niður tröppurnar, gegnum móttökuna og út um aðaldyrnar uns ég stansaði á miðju torginu framan við höfuðstöðvarnar.

Ég stóð grafkyrr og lét rigninguna bylja á höfði mér. Ég naut þess að finna taumana renna niður bartana, hálsinn, brjóstið, magann, lærin, sköflungana og alla leið niður á tær.

Eftir fimm mínútur í úrhellinu snéri ég til baka til höfuðstöðvanna, inn um aðaldyrnar, gegnum móttökuna, upp tröppurnar og inn ganginn að fundarherberginu.

Fundurinn var í fullum gangi með líflegum umræðum sem þögnuðu um leið og ég opnaði dyrnar, gekk í púltið með vatnsflaum í eftirdragi og tók upp þráðinn þar sem frá var horfið.

Konungur óskast

Starfsheiti

- Konungur

Nauðsynlegir eiginleikar

- Getinn á réttum tíma af réttum foreldrum.

Ákjósanlegir eiginleikar

- Góðir borðsiðir.

- Lestrarkunnátta er umsækjanda til framdráttar.

Við bjóðum

- Skilyrðislausa hollustu.

Kuldahrollur

Hurðin skall aftur með svo miklum hvelli að ég hrökk við. Ég leit á klukkuna á náttborðinu. Hún var sex. Þetta hafði þá verið draumur eftir allt saman.

Þó það væri óvenjulega hlýr sumarmorgun þá fór um mig kuldahrollur. Það var ónotatilfinning í mér eftir drauminn. Mér fannst ég vera utangarðs.

Ég fór í heita sturtu til þess að reyna að ná úr mér kuldanum. Ég skalf undir sjóðandi bununni.

„Þú ert snemma á fótum í dag," sagði konan mín þegar ég kom út úr baðherberginu. „Hvað kemur til?"

„Mig dreymdi hálf-illa," svaraði ég dapur í bragði. „Ég var í vinnunni. Fyrst var skrifborðið mitt undir þakglugga sem lak. Því næst við útidyr þar sem blés inn köldu þegar fólk kom inn eða gekk út. Mér var kalt. Lyklaborðið var ryðgað. Ég ráfaði árangurslaust um skrifstofuna til þess að finna betri vinnuaðstöðu. Allt kom fyrir ekki."

„Þú verður nú að fara að leita þér að nýrri vinnu," sagði konan. „Þessi er ekki fyrir þig."

Sagan

Ég opnaði skrifblokkina og byrjaði að skrifa. Orðin stukku út úr pennanum eins og hópur bláklæddra fallhlífastökkvara úr hurðaropi flugvélar. Sagan flæddi áfram eins og stórfljót að vori. Mér leið vel. Ég naut þess að stelast yfir í heim skáldsögunnar. Ég naut þess að gleyma mér í heimi þar sem ég hafði fullkomna stjórn á söguþræðinum.

Eltandi draum

Ég opna augun og lít upp í loftið. Ljósakrónan sveiflast í and-varanum sem berst inn um opinn gluggann. Mig hafði verið að dreyma. Við vorum saman á líflegu borgartorgi við Miðjarðar-hafið. Við töluðum saman og þú varst að því komin að segja mér hvers vegna þú yfirgafst mig. Hvers vegna þú hvarfst úr lífi mínu.

Ég loka augunum og sný til baka til torgsins. Ég lít í kring-um mig í leit að þér. Þig er hvergi að sjá. Torgið er autt. Ég byrja að hlaupa. Ég hleyp upp og niður strætin í kringum torg-ið, leitandi að þér. Ég verð að finna þig. Ég verð að fá að vita hvers vegna þú yfirgafst mig. Ég hleyp upp eitt stræti og beygi svo inn í annað. Eins og torgið þá eru allar göturnar auðar. Það er engan að sjá. Draumurinn er horfinn.

Ég sný aftur til torgsins, móður eftir hlaupin. Ég halla mér fram, styð lófum á hné og reyni að anda eðlilega. Ég veit að elt-ingaleikurinn mun ekki bera ávöxt. Ég mun aldrei ná í skottið á þér. Ég gefst upp, opna augun og sný til baka yfir í raunheim-inn.

Jarteikn

Ég sá eftir því að hafa beðið Guð um jarteikn. Ég sá hlutina ekki í skýrara ljósi nú en áður. Það var enn sama ringulreiðin í höfði mér. Hugsanlega var ég enn ringlaður eftir að hafa orðið fyrir eldingu en ég þorði ekki að biðja Guð um frekari skýringu.

Friðarsafn

Ég fylltist friðartilfinningu þegar ég gekk inn í aðal sýningarsal safnsins. Ég fann hvernig hægði á andadrættinum og hann varð dýpri. Ég veit ekki mikið um list eða listafólk. Ég kann ekki að greina á milli þessisma og hinnisma. Ég hef aldrei verið þekktur fyrir að vera mikill fagurkeri. Þrátt fyrir allt, þá er eitthvað við það að sækja listasöfn heim sem róar mig niður. Kannski eru það stóru tómu rýmin. Kannski er það kærulaus gangan. Kannski er það vegna þess að ég slekk á huganum og stari bara á listmunina án þess að dæma þá. Ég skil ekki hvers vegna ég verð fyrir þessum áhrifum. Það er bara svona. Og mér líkar það.

Skuldadagar

Ég naut þess að bruna á hjólinu niður brekkuna. Sólin glamp-
aði á enninu og vindurinn lék við lokkana sem gægðust undan
hjálminum. Ég fékk léttan fiðring í magann vegna þess að hrað-
inn var á mörkum þess sem ég réð þægilega við.

Ég var í sjöunda himni þangað til mér varð hugsað til þess
að á leiðinni heim þá þyrfti ég að borga fyrir stundargamanið
með því hjóla til baka upp brekkuna.

Leikhlé

Ég raðaði plastmálunum upp eins og spilaborg, skar tvö göt í eitt málið með gatara, hnýtti saman nokkrar gúmmí teygjur, þræddi þær í gegnum götin og kom málinu fyrir á höfðinu eins og kúrekahatti. Ég leit í spegilinn, blikkaði, skaut mína eigin spegilmynd með vísifingri og blés á reykinn. Ég var ógurlega svalur.

Ég greip afganginn af teygjunum, steig fimm skref afturábak frá skrifborðinu og hófst handa við að skjóta teygjunum í plastmálin. Ég naut þess í botn að hafa mína eigin skrifstofu til umráða. Það var svakalega gaman að geta lokað dyrunum og fíflast þegar enginn sá til.

Ég hafði skotið næstum öll plastmálin niður af borðinu þegar leikurinn var truflaður af suði í innanhússímanum.

„Já!" svaraði ég höstugum rómi sem ég beiti alltaf þegar ég vil ekki láta trufla mig.

„Herra Forsætisráðherra," glumdi í innanhússímanum. „Forsetinn er í símanum. Hún segir að hún eigi við þig áríðandi erindi."

„Er það nú svo?" andvarpaði ég mæðulega og hugsaði mig um eitt andartak. „Allt í lagi — gefðu henni samband."

Skilningarvit

Jósep starði á vin sinn sem sat handan borðsins og talaði látlaust. Hann dáðist að því hvernig nasavængirnir bærðust í takt við orðin sem flæddu úr munninum. Hann naut þess að fylgja eftir hreyfingu adamseplisins sem dúaði upp og niður eins og dufl í vægum öldugangi.

Jósep hafði ekki hugmynd um það hvað vinurinn var að segja. Við erum öll fædd með mismunandi næm skilningarvit. Jósep hafði mun næmari sjón en heyrn. Þess vegna valdi hann sér vini sem töluðu mikið en héldu innihaldsrýrar ræður sem kröfðust ekki nauðsynlega áheyrnar.

Norbert Peterson Turninn

Norbert Peterson ferðaðist hægt og rólega upp í mót frá neð-
anjarðalestarpallinum og hélt þéttingsfast um handrið rúllu-
stigans. Hann var að fara í fyrsta sinn að líta á sinn fyrsta
skýjakljúf fullkláraðan. KP-Orku Turninn, eða Norbert Peter-
son Turninn eins og vinnufélagar hans kölluðu hann. Þetta var
byggingin sem gat umbreytt starfsframa Norberts frá því að
vera arkitekt í að vera stjörnu-arkitekt.

Þegar hann kom upp á yfirborðið, lét Norbert augun hvarfla
yfir hönnun sína frá jörðu til himins. Hann gekk yfir götuna
til þess að fá betra sjónarhorn. Hann gekk afturábak niður göt-
una með augun límd á sköpunarverk sitt.

Norbert hristi hausinn. Þetta virkaði ekki. Þetta passaði
ekki saman. Byggingin sem hafði litið svo vel út á pappírn-
um í stúdíóinu hafði ekki umbreyst vel yfir í mannvirki í fullri
stærð.

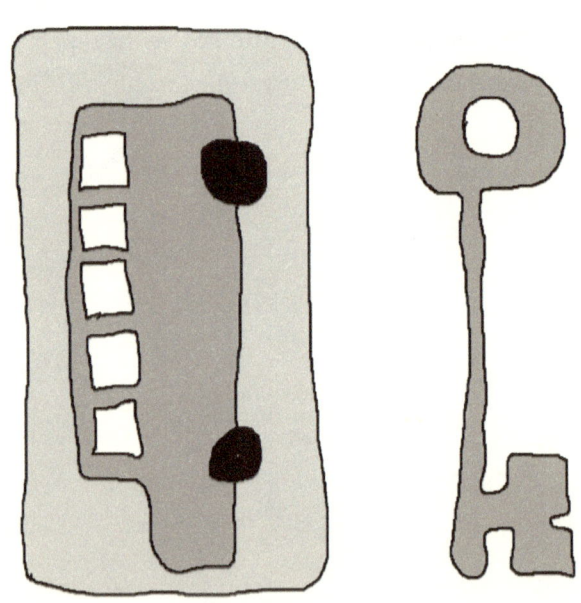

Eitthvað er ekki eins og það á að vera

Viktoría gekk upp að útidyrunum, andlega örmagna eftir lang-an og krefjandi dag á skrifstofunni. Hún tók upp strætókortið og bar það upp að skrárgatinu. Heilinn hennar var of þreytt-ur til þess að bregðast snöggt við en innst inni þá vissi hún að eitthvað var ekki eins og það átti að vera.

Vinavoði

Þegar Pétur steig inn í lestarvagninn sá hann að lestin var óvenju þéttsetin miðað við tíma dags. Hann leit í kringum sig og kom á undraverðan hátt auga á fellisæti sem var einungis upptekið af bakpoka. Bakpokaeigandinn — ungur maður á efri táningsárum — leit upp þegar Pétur nálgaðist sætið, brosti, færði bakpokann og hélt setunni niðri á meðan Pétur settist.

„Kærar þakkir" sagði Pétur, gagntekinn af kurteisi unglingsins. Ef einungis væru fleiri eins og hann á meðal hans kynslóðar. Hann var einstakt fordæmi.

Lestin mjakaðist af stað og Pétur kom sér vel fyrir, tók upp bókina sína og byrjaði að lesa. Hann naut þess að geta sökkt sér niður í góða bók á leiðinni í vinnuna.

Pétur hafði ekki lesið mörg orð þegar hann var truflaður af lágu mögli byssuskota, sprenginga, hrópa og kalla. Einhver í nágreninu var að spila tölvuleik eða horfa á kvikmynd í símanum án heyrnartóla. Þetta náði ekki nokkurri átt. Hvernig gat nokkur maður truflað rólega morgun umferðina með þvílíkt tillitslausu hátterni? Hann varð að gera eitthvað til þess að stöðva þennan óskapnað.

Pétur leit upp frá bókinni og fann sér til skelfingar að óhljóðabelgurinn var vingjarnlegi unglingurinn sem hafði verið svo góður að bjóða honum sæti. Pétur opnaði munninn en sagði ekki neitt. Hann gat ekki hugsað sér að skamma þennan unga mann sem hafði verið svo almennilegur.

Ofurmenni

„Er það satt?" spurðir þú er ég hafði sagt þér sögusögnina sem flogið hafði um matsalinn í kaffitímanum.

„Eftir því sem ég best veit," svaraði ég. „Ég get þó ekki verið hundrað prósent viss. Ég er nú bara mannlegur. Enginn sagnfræðingur."

„Lítur þú sem sagt á sagnfræðinga sem ofurmannlegar verur?"

„Nei," svaraði ég. „Ég tók nú bara svona til orða."

Líkaminn sem hrópaði

Róbert fann fyrir verk í brjóstinu og andstyttu. Var það hjart-að? Nei, verkurinn var hægra megin en hjartað vinstra meg-in. Eða skipti það kannski engu máli? Hann fann hjartað slá hraðar. Var þetta virkilega líkamlegur verkur eða andlegur? Kvíðakast? Voru þetta vöðvaverkir eða beinverkir? Eða eitt-hvað þess á milli?

Róbert dró andann djúpt, leit út um gluggann og festi augnaráðið á fjöllin í fjarska. Verkurinn leið hjá, andadrátt-urinn varð stöðugur og hjartað náði réttum takti.

Róbert vissi að það að hlusta á líkamann var mikilvægur hluti af fyrirbyggjandi heilsugæslu. Hann óskaði sér einungis að líkaminn gæti verið eilítið skýrari varðandi það sem hann vildi koma á framfæri.

Lestarsaga

Ég átti í mestu vandræðum með að einbeita mér að lestri bók-
arinnar minnar því að ungur drengur handan gangsins talaði
stanslaust.

„Pabbi,“ sagði drengurinn. „Eru allir í lestinni á leið til
Lundúna?“

„Ég veit það ekki,“ svaraði pabbinn.

„Pabbi! Hvað er langt til Lundúna í lest?“

„Þrír tímar.“

„Pabbi! Ef einhver manneskja væri of fátæk til að borga
lestarfarið og þyrfti að labba, hvað væri hún lengi á leiðinni?“

„Nokkra daga.“

„Pabbi! Og þegar hún kæmi loks á leiðarenda væri hún þá
dauð?“

„Já,“ svaraði pabbinn. „Dauð-þreytt.“

Steinarnir

Ég opnaði ferðatöskuna og hrúga af sveittum stuttermabolum
og stuttbuxum blasti við mér. Ég skóflaði fötunum í flýti yfir
í þvottakörfuna, skellti lokinu aftur og snéri mér á ný að ferða-
töskunni.

Á botni töskunnar kom ég auga á steinana tvo sem ég hafði
stungið í vasann á einni af gönguferðum mínum um eyjuna. Ég
vissi ekki hvers vegna ég þráaðist við þá hugmynd að einhvern
tímann í framtíðinni myndi ég hafa gaman að því að rifja upp
menntaskólajarðfræðina með því að greina steindir og steina.

Ég sótti tvo litla plastpoka í skrifboðsskúffuna og setti stein-
ana hvor í sinn pokann. Ég skrifaði „Ibiza 2010" á tvo merkimiða
og límdi á pokana. Ég opnaði fataskápinn og dró fram þung-
an kassa. Ég kom steinunum fyrir hjá hundruðum félaga sinna
og lokaði kassanum. Innst inni vissi ég að ég myndi aldrei sjá
þessa steina framar.

Rakarinn

Heyrðu, sagði rakarinn þegar ég settist í stólinn hjá honum. Ég er búinn að vera rakari í 30 ár. Ég hef haft hár óteljandi áhugaverðra manneskja í höndum mínum. Ég hef heyrt allar sögur sem til eru undir sólinni. Ég hef fengið nóg. Ég hef engan áhuga á því að vita hver þú ert, hvaðan þú kemur eða hvað þú ætlir að gera um helgina. Ég ætla því bara að þegja og klippa á þér hárið. Skilið?

Hundahvíslarinn

Eftir kvöldmatinn á bændagistingunni ákváðum við að fá okkur göngutúr um landareignina áður en að við færum í háttinn. Við gengum eftir malarstígum, hönd í hönd, í gegnum svartnættið, dáðumst að stjörnubjörtum himninum og drukkum inn næturþögnina.

Þegar við nálguðumst hesthúsin hlupu tveir litlir hundar geltandi til móts við okkur. Ég fann hvernig líkamar okkar beggja stífnuðu, hjörtun slógu hraðar og við hikuðum við að halda göngu okkar áfram eftir götunni.

„Ussss," hvíslaði ég í átt til hlaupandi hundanna og rétti fram handlegginn með lófann opinn.

Hundarnir stoppuðu en tóku upp varnarstöðu á miðju bílastæðinu fyrir framan hesthúsin og ýlfruðu í áttina til okkar. Þó þeir væru enn í stífari kantinum þá fann ég hvernig líkamar okkar slöknuðu þegar ástandið róaðist.

„Vá, þetta var magnað," sagðir þú í lágum róm eftir að við höfðum gengið framhjá hesthúsunum og inn á annan veg sem lá til baka í átt að gistihúsinu. „Hvernig þú gast róað hundana!"

„Eh," játaði ég. „Ég var ekki beint að róa hundana."

„Ó," sagðir þú og grófst höfuðið í brjósti mér. „Svo þú varst að róa mig. Það virkaði líka!"

„Ég var ekki heldur að reyna að róa þig," hugsaði ég en ákvað að láta það liggja milli hluta að hegðun mín hafði að öllu leyti verið innhverf.

Götusóparinn

Ég mæti honum á hverjum morgni á leiðinni á lestarstöðina. Hann er alltaf á sama götuhorni, sópandi og mokandi upp föllnu laufi. Við bjóðum hvor öðrum góðan dag. Það er góð stund í miðju morgunamstrinu.

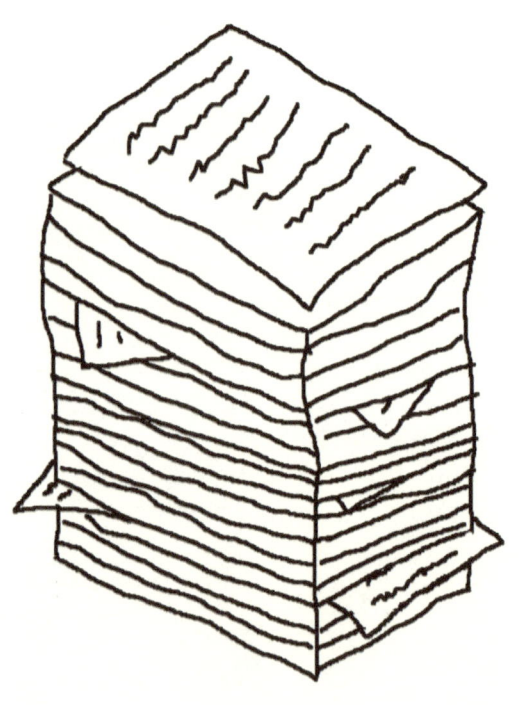

Sjálfsævisaga

Ég lagði pennann frá mér, snéri blaðinu við og lagði það ofan á þau sem á undan höfðu komið. Blaðabunkinn fyrir framan mig var nú fullklárað fyrsta uppkast af sjálfsævisögu minni. Á 40 ára rithöfundarferli mínum hafði ég aldrei skrifað eins margar lygar. Aldrei hafði ég sett eins mikinn skáldskap á blað. Samt sem áður var sjálfsævisagan trú og samkvæm þeirri ímynd sem ég hafði skapað í gegnum árin. Sönn og samkvæm þeim sýndarveruleika sem ég hafði reist í kringum einkalífið.

Sannleikann um líf mitt var einungis að finna í skáldsögum mínum. Fimmtán metsölubækur af þykjustu skáldskap. Bækur sem gagnrýnendur höfnuðu sem siðlausum og óraunverulegum sögum með alvarlega gallaðar sögupersónur. Það voru sömu sögur og lesendur mínir lofuðu af vandræðalegri nautn. Sögur af lífi sem enginn þorði að viðurkenna að hann þráði en var samt löngun hvers og eins.

Þannig var mín sanna sjálfsævisaga, en jafnvel ég þorði ekki að viðurkenna sannleikann.

Hugsað fram á veginn

Ég lá í rúminu og hugsaði um það hvernig líf mitt hafði breyst eftir að ég gaf út örsagnasafnið mitt.

Það hafði slegið í gegn og selt milljón og eitt eintak. Ég notaði peningana til þess að láta gamlan draum rætast. Ég keypti gamalt hefðarsetur við Miðjarðarhafið þar sem ég varði dögunum í sjálfhverfa íhugun á ströndinni milli þess sem að ég sat á veröndinni með rauðvínsglas í annarri og penna í hinni.

Innst inni vissi ég að hugsanirnar voru ekkert nema óraunhæft bull og vitleysa. Samt sem áður leyfðu þær mér að líta bjartsýnn fram á veginn, drógu úr streitunni og hjálpuðu mér að sofna.

Lesa meira ...

Fleiri sögur eftir Börk Sigurbjörnsson má finna á vefnum:

http://urbanvolcano.net